Chinese Festivals Series
中国节庆系列

图／文：邱建志
英译：胡素燕、罗伊．皮尔斯

Chinese Farmers' Calendar

zhōng guó nóng mín lì
中 国 农 民 历

Written and illustrated by Jian Zhi Qiu

SNOWFLAKE BOOKS LTD

A Snowflake Book
Published by Snowflake Books Ltd.,
28A Old Marston Road, Marston, Oxford, OX3 0JP, UK
www.snowflakebooks.co.uk

First published 2011 (as ISBN 978-1-908350-06-0)
Second simplified edition published May 2014.

Copyright © Jian Zhi Qiu and Snowflake Books Ltd. 2011, 2014

ISBN 978-1-908350-23-7

Printed in Taiwan by Choice Printing Group

24 Solar Terms 二十四节气

二 (èr) 十 (shí) 四 (sì) 节 (jié) 气 (qì)

#	English	Chinese (pinyin)
1	The Rains	雨 (yǔ) 水 (shuǐ)
2	Insects Awaken	惊 (jīng) 蛰 (zhé)
3	Vernal Equinox	春 (chūn) 分 (fēn)
4	Clear and Bright	清 (qīng) 明 (míng)
5	Grain Rain	谷 (gǔ) 雨 (yǔ)
6	Summer Begins	立 (lì) 夏 (xià)
7	Grain Buds	小 (xiǎo) 满 (mǎn)
8	Grain in Ear	芒 (máng) 种 (zhǒng)
9	Midsummer's Day	夏 (xià) 至 (zhì)
10	Slight Heat	小 (xiǎo) 暑 (shǔ)
11	Great Heat	大 (dà) 暑 (shǔ)
12	Autumn Begins	立 (lì) 秋 (qiū)
13	Stopping the Heat	处 (chǔ) 暑 (shǔ)
14	White Dew	白 (bái) 露 (lù)
15	Autumn Equinox	秋 (qiū) 分 (fēn)
16	Cold Dew	寒 (hán) 露 (lù)
17	Hoar Frost Falls	霜 (shuāng) 降 (jiàng)
18	Winter Begins	立 (lì) 冬 (dōng)
19	Light Snow	小 (xiǎo) 雪 (xuě)
20	Heavy Snow	大 (dà) 雪 (xuě)
21	Midwinter's Day	冬 (dōng) 至 (zhì)
22	Slight Cold	小 (xiǎo) 寒 (hán)
23	Great Cold	大 (dà) 寒 (hán)
24	Spring Begins	立 (lì) 春 (chūn)

A young boy sees an old notebook on a rocking chair.
A gentle breeze turns over the yellow pages.

yí gè xiǎo nán hái kàn dào yī běn gē zài yáo yǐ shàng de
一 个 小 男 孩 看 到 一 本 搁 在 摇 椅 上 的

bǐ jì běn
笔 记 本 。

yí zhèn wēi fēng qīng qīng chuī kāi fàn huáng de yè miàn
一 阵 微 风 轻 轻 吹 开 泛 黄 的 页 面 。

The boy reads the old notebook.
He sees the neat handwriting of his grandfather.
The book tells farmers what to do all year.

<ruby>男<rt>nán</rt>孩<rt>hái</rt>翻<rt>fān</rt>阅<rt>yuè</rt>着<rt>zhe</rt>这<rt>zhè</rt>老<rt>lǎo</rt>旧<rt>jiù</rt>的<rt>de</rt>笔<rt>bǐ</rt>记<rt>jì</rt>本<rt>běn</rt></ruby>。

男孩翻阅着这老旧的笔记本。

他看着爷爷工整的字迹。

这笔记讲述着农夫一年

要做的事情。

1. The Rains

The East Wind blows.
The snow melts.
The rain comes and moistens the earth.
Rain now will make a good harvest later.

1. yǔ shuǐ
雨 水

dōng fēng chuī qǐ
东 风 吹 起 。

xuě róng huà le
雪 融 化 了 。

yǔ shuǐ jiàng lín zī rùn zhe dà dì
雨 水 降 临 滋 润 着 大 地 。

zhè gè shí hòu xià yǔ yù zhào zhe fēng shōu
这 个 时 候 下 雨 预 兆 着 丰 收 。

2. Insects Awaken
The thunder wakes the insects from their winter sleep.
The spring is the time to plough and sow.

2. 惊蛰

雷声唤醒冬眠中的昆虫。
春天是耕田和播种的时机。

3. Vernal Equinox

Now the day and the night are the same length.
Ploughing should be finished now.
Very soon it will be time to plant beans.

3. 春分 (chūn fēn)

此时白天与黑夜时间一样长。
cǐ shí bái tiān yǔ hēi yè shí jiān yí yàng cháng

这时候耕种应该已经结束。
zhè shí hòu gēng zhòng yīng gāi yǐ jīng jié shù

很快就是种植豆类的时机。
hěn kuài jiù shì zhòng zhí dòu lèi de shí jī

4. Clear and Bright

In April the sky is clear and bright.
The weather is warm. Plants are growing.
It is time for Tomb Sweeping Day.
Families meet together to clean the graves.
This shows respect for their ancestors.
The boy remembers his grandfather.

4. 清明

四 月 天 空 很 晴 朗 。

气 候 变 暖， 植 物 开 始 生 长 。

这 时 是 清 明 节 。

家 人 团 聚 一 同 清 理 墓 地 。

这 表 现 了 对 祖 先 的 尊 敬 。

男 孩 想 着 他 的 爷 爷 。

5. Grain Rain

In May the weather gets warmer.
More rain nourishes the crops.
The rainbow is beautiful.
White flowers of Tung Tree look like snow
on the mountains.

5. 谷雨
gǔ yǔ

五 月 天 气 逐 渐 变 温 暖 。
wǔ yuè tiān qì zhú jiàn biàn wēn nuǎn

雨 水 增 多 滋 养 着 农 作 物 。
yǔ shuǐ zēng duō zī yǎng zhe nóng zuò wù

彩 虹 很 漂 亮 。
cǎi hóng hěn piào liàng

白 色 油 桐 花 像 雪 覆 盖 着 山 脉 。
bái sè yóu tóng huā xiàng xuě fù gài zhe shān mài

6. Summer Begins

Now the crops are tall.
Rice grains are forming.
But pests will become a problem.
The farmers must kill the pests.

6. 立 夏

现 在 农 作 物 都 长 高 了 。

稻 米 慢 慢 成 熟 。

但 是 害 虫 变 成 问 题 。

农 夫 必 需 除 掉 害 虫 。

7. Grain Buds

The young grains of rice and wheat are just beginning to ripen.
The rainy season starts now, so ditches must be kept clean.
Weeds grow fast. It is important to remove weeds from the paddy-fields

7. 小满 (xiǎo mǎn)

未成熟的稻米和麦子开始渐渐结实。
(wèi chéng shú de dào mǐ hé mài zǐ kāi shǐ jiàn jiàn jié shí)

梅雨季开始了，所以水沟一定要保持干净。
(méi yǔ jì kāi shǐ le, suǒ yǐ shuǐ gōu yí dìng yào bǎo chí gān jìng)

杂草长很快，去除稻田里的杂草很重要。
(zá cǎo zhǎng hěn kuài, qù chú dào tián lǐ de zá cǎo hěn zhòng yào)

8. Grain in Ear

The wheat is ripe.
Warmer weather helps the crops to grow.
But heavy rain can damage the crops.
Now it is time to sow more crops for autumn.

8. 芒种
máng zhǒng

麦子成熟了。
mài zǐ chéng shú le

温暖的气候帮助农作物生长。
wēn nuǎn de qì hòu bāng zhù nóng zuò wù shēng zhǎng

但是大雨可能破坏农作物。
dàn shì dà yǔ kě néng pò huài nóng zuò wù

现在是播种更多秋季农作物的时机。
xiàn zài shì bō zhǒng gèng duō qiū jì nóng zuò wù de shí jī

The Dragon Boat Festival

This is one of the three big festivals in the Chinese year.
People make balls of sticky rice and do many other things.
The main thing is to paddle the big dragon boats in a race.
Each custom has a story.

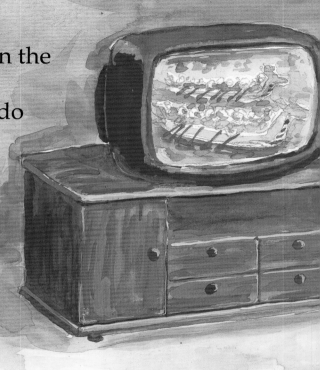

duān wǔ jié
端 午 节

zhè shì zhōng guó sān dà jié rì zhī yī
这 是 中 国 三 大 节 日 之 一 。

rén mén bāo zòng zǐ hé zuò hěn duō qí tā
人 们 包 粽 子 和 做 很 多 其 它

de shì qíng
的 事 情 ,

zuì zhǔ yào de shì qíng shì huá lóng zhōu
最 主 要 的 事 情 是 划 龙 舟 。

měi gè xí sú dōu yǒu yī gè gù shì
每 个 习 俗 都 有 一 个 故 事 。

9. Midsummer's Day (Summer Solstice)

The longest day of the year comes at Midsummer's Day.
Now the days will get shorter.
Soon the typhoon season will start.
The farmers must harvest the spring rice quickly.
Then they sow seeds for autumn rice.

9. 夏至 (xià zhì)

最长的白天在夏至到来，
(zuì cháng de bái tiān zài xià zhì dào lái)

此时白天将慢慢变短。
(cǐ shí bái tiān jiāng màn màn biàn duǎn)

很快台风季将来临，
(hěn kuài tái fēng jì jiāng lái lín)

农夫必需尽快收割完春季的水稻。
(nóng fū bì xū jìn kuài shōu gē wán chūn jì de shuǐ dào)

然后开始播种秋季的水稻。
(rán hòu kāi shǐ bō zhǒng qiū jì de shuǐ dào)

10. Slight Heat

The weather gets hotter.
The stuffy heat is very uncomfortable for the people.

10. 小暑
<small>xiǎo shǔ</small>

天气越来越炎热。
<small>tiān qì yuè lái yuè yán rè</small>

闷热的天气让人很不舒服。
<small>mèn rè de tiān qì ràng rén hěn bù shū fú</small>

11. Great Heat

This is the hottest time of the year.
Wise old people say:
'If the weather is not hot enough now, we shall have gales and floods soon.'

11. 大暑
<small>dà shǔ</small>

这是一年最炎热的时候。有智慧的
<small>zhè shì yì nián zuì yán rè de shí hòu yǒu zhì huì de</small>

长辈常讲: "如果大署不够热,我
<small>zhǎng bèi cháng jiǎng rú guǒ dà shǔ bú gòu rè wǒ</small>

们将可能很快有狂风和水灾。"
<small>mén jiāng kě néng hěn kuài yǒu kuáng fēng hé shuǐ zāi</small>

12. Autumn Begins

The weather is getting cooler.
The second lot of seeds have grown into small seedlings.
Farmers must plant these seedlings in the fields now.

12. 立秋

天气越来越凉。

二期种子已经长成小秧苗，

农夫这时候必需到田里插秧了。

13. Stopping the Heat
The days are much cooler now.
All the summer heat has gone.

13. 处署
chǔ shǔ

天 气 凉 爽 很 多 了 。
tiān qì liáng shuǎng hěn duō le

夏 天 的 热 气 已 经 没 了 。
xià tiān de rè qì yǐ jīng méi le

14. White Dew
Now the cool weather at night condenses
the water vapour of the air into dew.

14. 白 露
　　bái　lù

此 时 夜 间 清 凉 的 气 温 ，
cǐ shí yè jiān qīng liáng de qì wēn

将 水 气 凝 结 成 露 水 。
jiāng shuǐ qì níng jié chéng lù shuǐ

Knowing that the notes written by his grandfather will finish at the next page, the boy sheds tears sadly.

zhī dào yé ye de bǐ jì jiāng zài xià yí yè jié shù
知 道 爷 爷 的 笔 记 将 在 下 一 页 结 束 ，
nán hái nán guò de cā yǎn lèi
男 孩 难 过 地 擦 眼 泪 。

The Mid-Autumn Festival
This is also called Moon Festival.
Families get together and eat Chinese moon cakes.
The boy looks at the beautiful full moon.
He misses his grandfather very much.

zhōng qiū jié
中 秋 节

yě chēng wéi yuè liàng jié
也 称 为 月 亮 节 ，

yì jiā rén tuán jù chī yuè bǐng
一 家 人 团 聚 吃 月 饼 。

nán hái kàn zhe piào liàng de mǎn yuè
男 孩 看 着 漂 亮 的 满 月 ，

tā fēi cháng xiǎng niàn tā de yé ye
他 非 常 想 念 他 的 爷 爷 。

15. Autumn Equinox

At this time the days and nights are equal again.
Now the days will get even shorter.
The boy writes down memories of his grandfather
in the notebook.

15. 秋分

此时白天和晚上时间又变得一样长。

现在白天甚至更短了。

男孩在笔记本上写下对爷爷的回忆。

16. Cold Dew

Now the nights are very cold.
There are heavy dew in the morning.
The second crop of rice has ripe grains in the ears.

16.
hán lù
寒 露

zhè shí hòu wǎn shàng hěn lěng
这 时 候 晚 上 很 冷 。

zǎo chén lù shuǐ hěn zhòng
早 晨 露 水 很 重 。

dì èr qī shuǐ dào de gǔ lì yǐ jīng zài dào suì zhōng
第 二 期 水 稻 的 谷 粒 已 经 在 稻 穗 中

chéng shú
成 熟 。

17. Hoar Frost Falls
Hoar Frost Falls is the end of autumn.
Dews turn into white frost in the cold air.
The typhoon season has ended too.

shuāng jiàng
17. 霜 降

shuāng jiàng shì qiū tiān de mǒ wěi
霜 降 是 秋 天 的 末 尾 。

lù shuǐ jiē chù dào hán lěng de kōng qì níng jié chéng shuāng
露 水 接 触 到 寒 冷 的 空 气 凝 结 成 霜 。

tái fēng jì jié yě jié shù le
台 风 季 节 也 结 束 了 。

18. Winter Begins

All the harvest must be done by now.
The hard work is nearly over.
Animals get ready to sleep through the winter.

18. 立冬

所有收割这时必须完成了。

一年的辛苦即将结束。

动物准备冬眠渡过冬天。

19. Light Snow

The air is just cold enough to make light melting snowflakes.

19. 小雪
xiǎo xuě

空气刚好冷到可以凝结成轻柔的雪花。
kōng qì gāng hǎo lěng dào kě yǐ níng jié chéng qīng róu de xuě huā

20. Heavy Snow

The weather is very cold. There is lots of snow.
People must be careful to keep warm to avoid frostbite or colds.

20. 大雪
dà xuě

天气非常寒冷。下雪量很大。
tiān qì fēi cháng hán lěng xià xuě liàng hěn dà

人们必需注意保暖以免冻伤或感冒。
rén mén bì xū zhù yì bǎo nuǎn yǐ miǎn dòng shāng huò gǎn mào

21. Midwinter's Day (Winter Solstice)

This is the shortest day of the year.
Soon the days will get longer again.
The boy remembers what his grandfather said:
'Eat sticky rice dumplings at Midwinter's Day.
Then you will grow up to have good health'.

21. 冬 至

这 是 一 年 中 最 短 的 白 天 。

很 快 白 天 将 又 会 越 来 越 长 。

男 孩 记 得 爷 爷 说 过 ： " 冬 至 吃 汤 圆 。

然 后 你 就 会 健 康 地 长 大 。 "

22. Slight Cold

Cold winds bring freezing weather.
On a very cold night the boy puts on his padded coat.
The warm coat was a present from his grandfather.
The boy feels warmth in his heart too.

22. 小寒
xiǎo hán

冷风带来寒冷的天气。
lěng fēng dài lái hán lěng de tiān qì

一个寒冷的夜晚男孩披
yí gè hán lěng de yè wǎn nán hái pī

上棉袄，
shàng mián ǎo

这温暖的外套，是爷爷
zhè wēn nuǎn de wài tào shì yé ye

送的礼物。
sòng de lǐ wù

他心里也感到温暖了。
tā xīn lǐ yě gǎn dào wēn nuǎn le

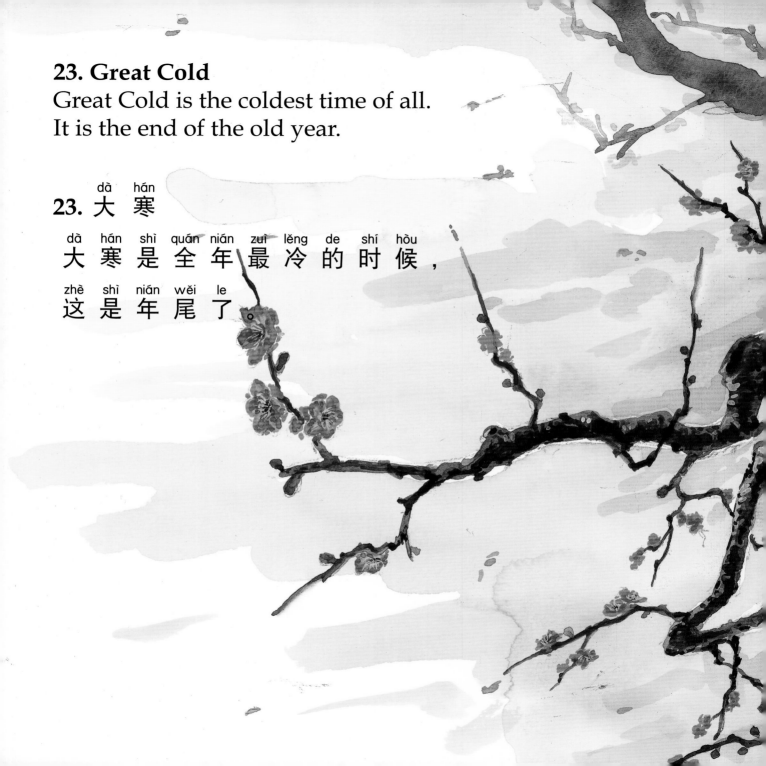

23. Great Cold

Great Cold is the coldest time of all.
It is the end of the old year.

23. 大寒

dà hán shì quán nián zuì lěng de shí hòu
大 寒 是 全 年 最 冷 的 时 候，

zhè shì nián wěi le
这 是 年 尾 了。

24. Spring Begins

The weather gets warmer when spring begins.
The whole world becomes green and alive again.

24. 立春
<small>lì chūn</small>

春天开始天气渐渐变暖。
<small>chūn tiān kāi shǐ tiān qì jiàn jiàn biàn nuǎn</small>

整个世界再次变成绿色有活力。
<small>zhěng gè shì jiè zài cì biàn chéng lǜ sè yǒu huó lì</small>

Spring Festival
It is the time of the Chinese New Year.
Travellers come back to their home towns to have dinner
with their families on New Year's Eve.
The boy is happy at New Year.
He writes notes in his grandfather's notebook.

chūn jié
春 节

zhè shí hòu shì zhōng guó xīn nián
这 时 候 是 中 国 新 年 。

wài chū de rén men chú xì huí jiā hé jiā rén chī fàn
外 出 的 人 们 除 夕 回 家 和 家 人 吃 饭 。

nán hái xīn nián hěn kāi xīn
男 孩 新 年 很 开 心 。

tā zài yé ye de bǐ jì běn lǐ jì xià zhè jiàn shì
他 在 爷 爷 的 笔 记 本 里 记 下 这 件 事 。

Another new year starts.
The boy works on the farm.
He remembers all that his grandfather taught him.

新的一年开始了。
xīn de yī nián kāi shǐ le

男孩在田里工作。
nán hái zài tián lǐ gōng zuò

他记得爷爷全部的教导。
tā jì dé yé ye quán bù de jiào dǎo

About the Book

The Twenty-four Terms for the seasons are an important part of Chinese cultural heritage.

In the past, people prayed for good harvests and used their knowledge of the terms and their inherited experience to grow crops and to go fishing at the right times. Perhaps we should learn to follow and respect nature more today.

guān yú běn shū
关 于 本 书

àn jì jié fēn de èr shí sì jié qì , shì
按 季 节 分 的 二 十 四 节 气 ， 是

zhōng guó zhòng yào de wén huà zī chǎn zhī yī 。
中 国 重 要 的 文 化 资 产 之 一 。

zài guò qù , rén men qí dǎo fēng shōu , bìng
在 过 去 ， 人 们 祈 祷 丰 收 ， 并

yùn yòng tā men de zhī shí hé chuán chéng de jīng
运 用 他 们 的 知 识 和 传 承 的 经

yàn , shì shí de zhòng zhí jí bǔ huò
验 ， 适 时 的 种 植 及 捕 获

yú xiā 。 huò xǔ wǒ men zài dāng dài
鱼 虾 。 或 许 我 们 在 当 代

gèng yīng gāi xué xí shùn cóng hé
更 应 该 学 习 顺 从 和

zūn zhòng tiān dì wàn wù 。
尊 重 天 地 万 物 。

Useful Words 常用词语

English	Pinyin	Characters
autumn	qiū	秋
bean	dòu	豆
cold	lěng	冷
crops	nóng zuò wù	农作物
dew	lù shuǐ	露水
ditch	shuǐ gōu	水沟
dragon boat	lóng zhōu	龙舟
ears (of cereals)	suì (gǔ lèi zhí wù de)	穗（谷类植物的）
earth	dà dì	大地
farmer	nóng fū	农夫
flood	shuǐ zāi	水灾
frost	shuāng	霜
frostbite	dòng shāng	冻伤
gale	kuáng fēng	狂风
good harvest	fēng shōu	丰收
grandfather	yé ye	爷爷
harvest	shōu gē	收割
heat	rè qì	热气
insects	kūn chóng	昆虫
memory	huí yì	回忆

moon cake	yuè bǐng	月饼
New Year's Eve	chú xì	除夕
notebook	bǐ jì běn	笔记本
padded coat	mián ǎo	棉袄
paddy-field	dào tián	稻田
pest	hài chóng	害虫
plant	zhòng zhí; zhí wù	种植；植物
rainbow	cǎi hóng	彩虹
rice	shuǐ dào	水稻
rice grain	dào mǐ	稻米
seedling	yāng miáo	秧苗
shed tears	cā yǎn lèi	擦眼泪
snow	xuě	雪
snowflake	xuě huā	雪花
spring	chūn	春
Spring Festival	chūn jié	春节
sticky rice dumpling	tāng yuán	汤圆
summer	xià	夏
The Dragon Boat Festival	duān wǔ jié	端午节
The Mid-Autumn Festival	zhōng qiū jié	中秋节
Tomb Sweeping Day	qīng míng jié	清明节
weeds	zá cǎo	杂草
wheat	mài	麦
winter	dōng	冬